மகனுக்கு அப்பா என்றும் பெயர்

யா.சாம்ராஜ்

படி வெளியீடு

பாடி வெளியீடு

எண்: 9, பிளாட் எண்: 1080A, ரோஹிணி பிளாட்ஸ்
முனுசாமி சாலை, கே.கே.நகர் மேற்கு,
சென்னை - 600 078. பேச: 99404 46650

வெளியீட்டு எண்: 0282

மகனுக்கு அப்பா என்றும் பெயர் (கவிதை),
ஆசிரியர்: யா.சாம்ராஜ்©
Maganuku Appa Endrum Peyar (Poem),
Author: Y.SAMRAJ©

ISBN: 978-93-95285-86-5
Print in India
1st Edition: Aug - 2023
Pages - 84
Rs - 100

Publisher • Sales Rights

Padi Veliyeedu
(A Division Of Discovery Publications)
No: 9, Plot:1080A, Rohini Flats,
Munusamy Salai,
K.K.Nagar West, Chennai - 78.
Tamilnadu, India.
Mobile: +91 99404 46650

Discovery Book Palace (P) Ltd
No:1055-B, Munusamy Salai,
K.K.Nagar West,
Chennai - 600 078.
Tamilnadu, India.
Ph: (044) 4855 7525
Mobile: +91 87545 07070

discoverybookpalace@gmail.com
WWW.DISCOVERYBOOKPALACE.COM

இந்த நூலில் பிரசுரமாகியுள்ள எந்த ஒரு பகுதியையும் பதிப்பாளரின் எழுத்துபூர்வமான முன்அனுமதி பெறாமல் எடுத்தாள்வதோ, மறுபிரசுரம் செய்வதோ, மொழியாக்கம் செய்வதோ, அச்சு மற்றும் மின்னணு ஊடகங்களில் மறுபதிப்பு செய்வதோ, காப்புரிமைச் சட்டப்படி தடை செய்யப்பட்டுள்ளது. இந்த நூலிலிருந்து குறிப்பிட்ட பகுதிகளை மேற்கோள் காட்டி புத்தக விமர்சனம் செய்ய, ஊடகங்களுக்கு மட்டும் அனுமதி உண்டு.

உங்கள் மொபைல் போனிலிருந்து ஸ்கேன் செய்து டிஸ்கவரி புக் பேலஸின் மொபைல் ஆப்பை டவுன்லோடு செய்து, புத்தகங்களை வாங்குங்கள்.

சமர்ப்பணம்

பேரன்பு மனைவி
தே.நான்சிக்கு...

நன்றி

- ஆனந்த கங்கை தூது, வளரி
- திருப்புத்தூர் ஆறுமுகம்பிள்ளை சீதை அம்மாள் கல்லூரி மேன்மைமிகு செயலர், முதல்வர், தமிழ்த்துறை மற்றும் அனைத்துத்துறைப் பேராசிரியப் பெருமக்கள்.
- முனைவர் மு.பழனி இராகுலதாசன்
- திரு. பிரவீன்குமார் யாகப்பன்
- முனைவர் சோ.முத்தமிழ்ச்செல்வன்
- தோழர் மு.வேடியப்பன் (டிஸ்கவரி பப்ளிகேஷன்ஸ்)
- தோழர் பொன்ஸீ
- டாக்டர் சங்கீதா
- டாக்டர் அமுதக்கலைஞன்
- தோழர் ஜெயச்சந்திரன் லிங்கசாமி
- திரு. ரா.முத்துராமன் (சின்ரல்லா கிராபிக்ஸ்)
- கவிஞர் துஷ்யந்த் சரவணராஜ்
- திரு. மா.அழகர்சாமி
- திரு. சி.இளையராஜா (திரைப்படப் பின்னணிப் பாடகர்)
- முனைவர் ஆ.சுதாகர்
- முனைவர் ந.இராஜேந்திரன்
- திரு. வே.ரமேஷ்
- முனைவர் ம.லோகேஸ்வரன்
- திரு. ந.ஜெகதீஸ்குமார்

யா.சாம்ராஜ்

பிறந்த ஊர் சிவகங்கை மாவட்டத்திலுள்ள காட்டுநெடுங்குளம். இதுவரை, 'தலைப்புச் செய்தி', 'விழிகளால் பேசு', 'கல்வியாய் வந்த கடவுள்' (வள்ளல் அழகப்பச் செட்டியார் வாழ்க்கை வரலாறு), 'அம்மாச்சி' போன்ற கவிதை நூல்களையும், ஆய்வியல் நோக்கில் சொற்கோ இரா.கருணாநிதியின் 'சூரியச்சும்மாடு' என்ற ஆய்வு நூலோடு, இவரைத் தொகுப்பாசிரியராகக் கொண்டு 'கவிஞர் மீரா கவிதைகள்', 'கவிஞர் மீரா கட்டுரைகள்' ஆகிய நூல்கள் வெளிவந்துள்ளன. அனைத்து வெகுசன இதழ்களிலும் பரவலாக எழுதி வருவதோடு, கவிப்பேரரசு வைரமுத்து அவர்களின் பாராட்டுகளைப் பெற்று திரைப்படப் பாடல்களையும், மண் மயக்கும் கிராமியப் பாடல்களையும் இயற்றி வருகிறார். மேலும், பல்வேறு விருதுகளையும் பெற்றுள்ளார்.

தொடர்பு எண் : 99650 66260
மின்னஞ்சல் : ysamraj2106@gmail.com

ஆன்மாவின் மொழியில் ஓர் அற்புதம்!
துஷ்யந்த் சரவணராஜ்

ஒரு மனிதன், தான் வாழ்ந்ததற்கு அடையாளமாய் இந்த உலகத்தில் நான்கு விடயங்களை - தடயங்களை விட்டுச் செல்ல வேண்டும் என்பர். ஒன்று, அவன் ஒரு மரக்கன்றாவது நட்டிருக்க வேண்டும். இரண்டு, அவன் ஒரு வீடாவது கட்டியிருக்க வேண்டும். மூன்று, அவன் ஒரு குழந்தையாவது பெற்றிருக்க வேண்டும். நான்கு, அவன் ஒரேயொரு புத்தகமாவது எழுதியிருக்க வேண்டும்.

இந்த நான்கனுள் முதல் மூன்றும் அவன் பெயர் சொல்கின்றனவோ இல்லையோ! இறுதியில் உள்ள புத்தகம், எழுதியவன் பெயரைக் காலாகாலத்துக்கும் இப்பூதலத்தில் எதிரொலித்துக் கொண்டே இருக்கும். இது திண்ணம்.

கம்பன், வள்ளுவர், இளங்கோ போன்றோரும் இவரன்ன ஏனையோரும் அவர்தம் நூல்களால் அன்றைக்கும் இன்றைக்கும் என்றைக்கும் என்றென்றைக்கும் நினைவுகூரப்படுவர்.

விஞ்ஞான வளர்ச்சியின் காரணமாகப் புத்தகங்களைக் கையிலேந்தி வாசிப்பவரின் எண்ணிக்கை சொற்பமாகக் குறைந்து வருகிறது. கணினியிலும், அலைபேசியிலும் நுனிப்புல் மேய்வதே தீவிர வாசிப்பு என்கிற மூடநம்பிக்கை பரவலாகக் காணப்படுகிறது. இது பொம்மையைக் குழந்தையெனக் கொஞ்சி மகிழ்கின்ற மனப்பிறழ்வு. ஒரு குழந்தையை ஏந்துவது போலப் புத்தகத்தை மடியிலேந்தி வாசிப்பதே வாசிப்பின் கணக்கில் வரும் என்கிற சூட்சுமத்தை வாசகனுக்குக் கடத்துவதே ஓர் எழுத்தாளனின் வெற்றி.

இந்த வெற்றியை எட்டிப் பிடிக்கும்வரை ஓர் எழுத்தாளன், படைப்பாளன் ஓய்ந்துவிடலாகாது. இந்த ரகசியத்தை முழுமையாக உணர்ந்துகொண்ட காரணத்தால்தான் அன்புத் தம்பி முனைவர் யா.சாம்ராஜ் அவர்கள் படைப்பிலக்கியப் பயணத்தில் தொய்வின்றித் தொடர்ந்து பயணித்துக்கொண்டிருக்கிறார்கள்.

அன்புத் தம்பி முனைவர் யா.சாம்ராஜ் அவர்களுக்கும் எனக்கும் இடையே ஏறத்தாழ இருபது ஆண்டுகாலப் பழக்கம் உண்டு. அவர் எனக்கு அறிமுகம் ஆவதற்கு முன்பே அவரின் பெயரும், அவரின் படைப்புகளும் எனக்கு அறிமுகமாகிவிட்டன. அவர், தம் முதல் நூலான 'விழிகளால் பேசு' நூலுக்குக் கவிதைகளைத் தொகுத்துக்கொண்டிருந்தபோது அவருடன் கூட இருந்தவர்களுள் நானும் ஒருவன் என்பது என் ஆயுட்காலப் பேரின்பம். 'விழிகளால் பேசு' நூலிலிருந்து இன்றுவரை தொய்வின்றித் தொடர்ந்து இயங்கும் அன்புத் தம்பி முனைவர் யா.சாம்ராஜ் அவர்களின் அயரா உழைப்பும் வெற்றியும் எப்போதும் என்னைப் பிரமிக்கவைப்பவை. தம்பியின் தனிக்குணம் யாதெனில் வெற்றிகளை எப்போதும் ஒரு வில்லைப்போலத் தன் தோள்களுக்குப் பின்னே தொங்கவிடுவாரேயன்றி ஒருபோதும் அவற்றை ஓர் அம்பைப்போல எதிராளி மீது எய்யமாட்டார்.

'கதிரவனுக்குக் கீழிருக்கும் எல்லாமே கவிதைக்கான கருப்பொருள்கள்தாம்' என்பார் டாக்டர் பொன்மணி வைரமுத்து. அதற்கொப்ப புதுப்புதுப் பாடுபொருள்களில் கவிதை பாடி நமக்குப் பந்தி வைத்த அன்புத் தம்பி முனைவர் யா.சாம்ராஜ் அவர்கள், தம் மகன் இம்மானுவேலை முன்னிறுத்தி எழுதப்பட்ட கவிதைகளை 'மகனுக்கு அப்பா என்றும் பெயர்' என்னும் தலைப்பில் நூலாக்கியுள்ளார்.

பொதுவாக 'குழந்தை இலக்கியம்' என்று கேள்விப்பட்டிருக் கிறோம். அன்புத் தம்பி முனைவர் யா.சாம்ராஜ் அவர்கள் தம் குழந்தையையே இலக்கியமாக்கி இந்நூலைப் பேரன்புப் பெட்டகமாக்கியுள்ளார். இதுவும் ஒருவகையில் பிள்ளைத் தமிழ்தான்!

குழந்தைகள் குறித்துப் பாடாத கவிஞர்கள் யாருளர்?

'படைப்புப்பல படைத்துப் பலரோடு உண்ணும்
உடைப்பெருஞ் செல்வர் ஆயினும் – இடைப்பட
குறுகுறு நடந்து, சிறுகை நீட்டி
இட்டும் தொட்டும் கவ்வியும் துழந்தும்
நெய்யுடை அடிசில் மெய்பட விதிர்த்தும்
மயக்குறு மக்களை இல்லோர்க்குப்
பயக்குறை இல்லைத்தாம் வாழும் நாளே'

என்கிறான் பாண்டியன் அறிவுடை நம்பி. குழந்தைமையின் அழகினைப் படம்பிடித்துக் காட்டியுள்ள பாங்குதான் என்னே! என்னே!

உலகப் பொதுமறையாம் திருக்குறளை யாத்தளித்த திருவள்ளுவப் பெருந்தகை 'மக்கட்பேறு' என்றொரு தனி அதிகாரமே வகுத்தளித்துள்ளார்.

'அமிழ்தினும் ஆற்ற இனிதேதம் மக்கள்
சிறுகை அளாவிய கூழ்'
என்பதும்,

'மக்கள்மெய் தீண்டல் உடற்கின்பம் மற்றவர்
சொற்கேட்டல் இன்பம் செவிக்கு'

என்பதும் எண்ணி எண்ணி இன்புறத்தக்க இனிய அனுபவங்கள்.

குழந்தைகளைக் குழந்தைகளாகவே பாவித்துப் பாடுவது ஒருவகை இன்பமெனில், கடவுளைக் குழந்தைகளாகப் பாவித்துப் பாடுவது மற்றொரு வகை இன்பம். பன்னிரு ஆழ்வார்களுள் ஒருவரான பெரியாழ்வார் கண்ணனைக் குழந்தையாகப் பாவித்துப் பாடிய பாடல்கள் இங்கு ஒப்பு நோக்கத்தக்கவை.

குழந்தைகளின் உலகம் தனித்துவமானது. பணம், பதவி, அதிகாரம் இவற்றுள் எதைப் பயன்படுத்தியும் அந்த உலகத்துக்குள் பிரவேசிக்க இயலாது. குழந்தை மனம் கொண்டவர்களாலும்

குழந்தைகளோடு குழந்தைகளாக மாறத் தெரிந்தவர்களாலும் மட்டுமே அந்த அதியற்புத உலகுக்குள் நுழைய முடியும். மண்ணுலகில் தன்னைத் தாழ்த்திக்கொள்பவர்கள் மட்டுமே குழந்தைகளின் பொன்னுலகுக்குள் நுழைய முடியும்.

அன்புத் தம்பி முனைவர் யா.சாம்ராஜ் அவர்கள் இயல்பிலேயே அன்பு மனம் வாய்க்கப் பெற்றவர் என்பதால் குழந்தைகளின் உலகுக்குள் எளிதாக உள்நுழைந்து தம் கொடியை நாட்டியுள்ளார்.

தாய்மை என்பது எவ்வளவு மகிழ்ச்சிக்குரியதோ அதைப் போலவே தந்தைமை என்பதும் மகிழ்ச்சிக்குரியதுதான். ஒரு குழந்தைக்குத் தந்தையாகிறபோது ஓர் ஆணின் கர்வம் அதிகரிக்கிறது.

அன்புத் தம்பி முனைவர் யா.சாம்ராஜ் அவர்கள் தம் முதற்கவிதையையும் அதே கம்பீரத்துடன் தொடங்குகிறார்.

'என்
பெயருக்கான கம்பீரம்
நீ
பிறந்தபோதுதான்
பிறந்தது'

என்கிறார். இவ்வளவு நாளாக வெறும் சாம்ராஜாக மட்டுமே இருந்தவர் ஒரு சாம்ராஜ்யமாக உயர்கிற தருணம் அது. மகன் பிறந்த பிறகுதான், 'இவ்வளவு நாள் சாதாரணமாய் இருந்த நான் இன்றைக்குச் சாம்ராஜ்யமாக உயர்ந்து நிற்கிறேன்!' என்பதை கோட்டையின் மேல் ஏறி நின்று கூவுகிறார். பொற்குடம் அழகானதுதான் அதிலொரு பொட்டு வைத்தால் இன்னும் அழகாகுமே! அதுபோலத் தம் பெயரைக் கூடுதல் கம்பீரமாக்கிய மகனை அமுத மொழியில் ஆரத் தழுவுகிறார்.

தம் பெயருக்குக் கம்பீரம் சேர்த்த மகன் எப்படிப்பட்டவன் என்பதைப் பெருமித உணர்வோடு கவிஞர் தம் அடுத்த கவிதையில் பதிவுசெய்கிறார். முதல்நாள் பிரசவ வலி எடுத்து அடுத்த

நாள் மாலையில்தான் மகன் பிறக்கிறான். அதுவும், அறுவை சிகிச்சையின் மூலம் பிறக்கிறான். இந்நிகழ்வைக் கவிஞர் ஒரு புறநானூற்றுத் தாயின் பெருமித மனநிலையில் பதிவுசெய்கிறார்.

'சிற்றில் நற்றூண் பற்றி நின்மகன்
யாண்டுள னோ? என வினவுதி என்மகன்
யாண்டுளன் ஆயினும் அறியேன்; ஓரும்
புலிசோர்ந்து போகிய கல்அளை போல
ஈன்ற வயிறோ இதுவே
தோன்றிவன் மாதோ போர்க்களத் தானே!'

என்று மகன் குறித்த ஒரு தாயின் பெருமித உணர்வைக் காவற்பெண்டு என்னும் சங்கப்புலவர் பதிவு செய்வதைப் போல, அன்புத் தம்பி முனைவர் யா.சாம்ராஜ் அவர்களும் தம் மகனின் பிறப்பு குறித்த பெருமித உணர்வை,

'மகனுக்குப்
போராட்ட குணம் அதிகம்;
முதல் நாள் இரவு
வயிறு வலித்து
அடுத்த நாள் மாலை
ஆயுதம் பார்த்தல்லவோ
அவனியை
ஆந்திப் பார்த்தான்'

என்று பதிவு செய்கிறார். என் மகனைச் சாதாரணமானவனாக எண்ணிவிடாதீர்கள்! அவனுக்கு இயல்பிலேயே போராட்டக் குணம் அதிகம். அவன் முன் எந்தப் பகையும், எந்த ஆயுதமும் எதிர்த்து நிற்க முடியாது. ஏனெனில், அவன் பிறக்கும்போதே ஆயுதம் பார்த்துப் பிறந்தவன் என்று பெருமிதமாகப் பதிவு செய்கிறார். இந்தக் கவிதையில் 'ஆந்திப் பார்த்தான்' என்கிற சொல் கவனத்திற்குரியது. உடற்பகுதியை (கதவு, சுவர் போன்றவற்றின் பின்னே) மறைத்துக்கொண்டு, தலையை மட்டும் நீட்டி எட்டிப் பார்ப்பதை 'ஆந்திப் பார்த்தல்' என்பர். பிரசவத்தின்போது குழந்தையின் தலைதான் முதலில் வெளிவரும் என்பதால் 'ஆந்திப் பார்த்தல்' என்கிற சொல்லை கவிஞர் கச்சிதமாகப் பயன்படுத்தியுள்ளார்.

பெண்களின் உலகம் விநோதமானது அவர்களின் உலகம் காலத்திற்கேற்ப மாறிக் கொண்டே இருக்கத்தக்கது. ஆரம்பத்தில் தாய் தந்தையரே உலகம். அதன் பிறகு கணவனே உலகம். அதன் பிறகு குழந்தையே உலகம். இதன் பிறகு அவர்களின் உலகம் மாறுவதே இல்லை. குழந்தையைத் தவிர வேறோர் உறவை அவர்கள் உலகமாக வரிந்து கொள்வதில்லை. இக்கருத்தை,

'பாவம்
உன் அம்மா
உலகம் தெரியாதவள்!
ஆனால்
உன்னையே
உலகமாய்க் கொண்டவள்!'

என்னும் கவிதை ஐயம் திரிபற விளக்குகிறது.

குழந்தைகளின் முத்தத்துக்கு மூலிகையின் குணம். ஆற்ற முடியாத காயங்களை எல்லாம் அது எளிதில் ஆற்றிவிடும். இதயத்தை ஊதாம்பட்டியாக்கிப் (பலூன்) பொழுதெல்லாம் கவலைக் குப்பைகளைச் சேகரித்து வருகிறான் தகப்பன். யாராலும் உடைக்க முடியாத அந்த ஊதாம்பட்டியைக் குழந்தையின் முத்தமென்னும் ஊசி உடைத்தெறிகிறது. கவலைகளை அப்புறப்படுத்தும் கலை குழந்தைகளின் முத்தத்துக்கு உண்டு என்பதை,

'என்னே வியப்பு!
மருந்தால்
குணப்படுத்த முடியாத
தீராத வியாதியை
மகன் தரும் முத்தம்
குணப்படுத்தி விடுகிறது'

என்கிறார் அன்புத் தம்பி.

இயேசு கிறிஸ்துவின் தாயான கன்னி மேரி குறித்தான கலைப் படைப்புகளை 'மடோனா' என்று குறிப்பிடுவர். பொதுவாக மேரி மாதா மட்டும் உள்ளது போலவோ அல்லது குழந்தை இயேசுவைச் சுமந்து நிற்பது போலவோ கன்னி மேரி குறித்த கலைப்படைப்புகள் அமையும். ஐந்தாம் நூற்றாண்டில்

'கடவுளின் தாய்' என்கிற பட்டம் அவருக்கு வழங்கப்பட்ட பிறகு குழந்தை இயேசுவுடன் இருக்கும் ஓவியங்கள் தேவாலயங்களை அலங்கரிக்கத் தொடங்கின. மேரி மாதாவை முதன்மைப்படுத்தி அன்புத் தம்பி படைத்துள்ள கவிதைச் சித்திரம் படித்துப் படித்து இன்புறத்தக்கது.

'நீ
முழங்கால் படியிட்டு
மாதாவைப் பார்த்து
வேண்டுகிறாய்.

மாதாவோ
தன் மகனான
இயேசு பெருமானைக்
கீழே இறக்கிவிட்டுவிட்டு
உன்னைத் தூக்கி வைத்துக்
கொஞ்சுகிறார்'
என்கிற கவிதை 'மடோனா' படைப்பின் புதிய பார்வை.

கவிஞர் நா.முத்துக்குமார் தம் மகனுக்கு எழுதிய கடிதம் ஒன்றில், 'எங்கும், எதிலும், எப்போதும் அன்பாய் இரு. அன்பைவிட உயர்ந்தது இந்த உலகத்தில் வேறு எதுவுமே இல்லை. உன் பேரன்பால் இந்தப் பிரபஞ்சத்தை நனைத்துக் கொண்டே இரு' என்று குறிப்பிடுகிறார். அன்புத் தம்பி முனைவர் யா.சாம்ராஜ் அவர்கள், நா.முத்துக்குமாரின் வரிகளைச் சுண்டக் காய்ச்சி, சுருக்கமாக, அதேநேரத்தில் மனதுக்கு நெருக்கமாக,

'மகனுக்குச்
சொல்லிக் கொடுக்க வேண்டும்
மனிதர்களைப் படிக்க...'

என்கிறார்.

இலக்கியங்களின் நோக்கமும் மானுட நேசிப்பாகத்தான் இருக்க வேண்டும். அந்த நேசத்தைத் தம்பியின் படைப்புகளில் காண முடிகிறது.

கணவன் ஒரு கரை! மனைவி ஒரு கரை! இரண்டு கரைகளையும் தழுவிக்கொண்டு ஓடும் பேராறுதான் பிள்ளை. ஆணிவேர் அறுந்து நிற்கும் இல்லற மரங்களை எல்லாம் சாய்ந்துவிடாமல் தாங்கிப் பிடிக்கின்ற சல்லி வேர்களே, குழந்தைகள். இதைக் கருப்பொருளாக்கித் தம்பி வடித்திருக்கும்...

'எப்போதோ
பிரிந்திருப்போம்
இப்போதும் கூட
பிரியவிடாமல்
பிரியமாக்கிக் கொண்டிருப்பது
நீதான்'

என்கிற கவிதை எல்லாக் காலத்திற்கும் பொதுவானது.

தந்தையாதல் எல்லோர்க்கும் எளிதுதான். ஆனால், தந்தையைப் போல் ஆவதுதான் அரிது. எந்த வகையிலும் தந்தையைத் தாண்டிய தந்தையாக எந்த மகனும் திகழ முடியாது. ஆயுள் முழுக்கத் தந்தையிடம் மகன்கள் தோற்றுப் போகிற இடம் இதுதான்.

'நீ பிறந்தாய்
என் தகப்பனின்
அருமையை
உணரத் தொடங்கினேன்'

என்று அன்புத் தம்பி முனைவர் யா.சாம்ராஜ் அவர்கள் அளிக்கும் ஒப்புதல் வாக்குமூலம் அவருக்கு மட்டுமே உரியதன்று; அனைத்து மகன்களுக்குமானது.

'மகனுக்கு அப்பா என்றும் பெயர்' தொகுப்பு முழுவதும் குழந்தைமை சார்ந்த கவிதைகள் அணி செய்கின்றன. எல்லாக் கவிதைகளையும் இங்கே எடுத்துப் பேசுவது சாத்தியமற்றது. மேலும், அது தொகுப்பின் சுவாரஸ்யத்தைக் குறைத்துவிடும். குழந்தைமை சார்ந்த தொகுப்பு என்பதால் கல்வி சார்ந்தும், பள்ளிகள் சார்ந்தும், உறவுகள் சார்ந்தும், மிகுதியான கவிதைகள் இடம்பெற்றுள்ளன. குழந்தைமை சார்ந்த படைப்பு என்றபோதும் சமூகம் சார்ந்த கருத்துகளும் இடம்பெற்றுள்ளன.

கவிதைக்கான மொழி விசேஷமானது. அதிலும், குழந்தைமை குறித்த கவிதைகளுக்கான மொழி இன்னும் விசேஷமானது. இந்த மொழி அன்புத் தம்பி முனைவர் யா.சாம்ராஜ் அவர்களுக்கு வசப்பட்டுள்ளது.

தம்பியின் நீண்ட நெடிய இலக்கியப் பயணத்தின் இலக்கு எது என்பதை யான் அறிவேன். அந்த இலக்கை அடைவதற்காகத் தம்மைத் தகுதிப்படுத்திக்கொண்டே பயணித்துக்கொண்டு இருக்கிறார் அன்புத் தம்பி.

"கவிதை ஆன்மாவின் மொழி" என்பார்கள். அந்த மொழியின் வழியே அனைவரின் இதயங்களிலும் அன்புத் தம்பி சிம்மாசனம் இட்டு அமர்வார்.

'அண்ணன் என்பவர்
அப்பாவைப் போன்றவர்!
இல்லை..
இல்லை...
அப்பாவேதான்'

என்று, எனக்கான அணிந்துரையில் அன்புத்தம்பி மேற் கண்டவாறு எழுதினார். அந்தவகையில் ஒரு தந்தைக்குரிய பொறுப்புணர்வோடு அன்புத் தம்பியை வாழ்த்துகிறேன்.

'குருவி குருவி' என்றே அவையடக்கம் பாடி அமைதி அடையாமல், 'இராசாளி' என்றறிந்து சிறகை விரித்து உயரப் பறக்க, பேரன்பு வாழ்த்துகள்!

தேவகோட்டை
30.07.2023

என்றென்றும் அன்பு அண்ணன்,
துஷ்யந்த் சரவணராஜ்

என் பெயருக்கான
கம்பீரம்
நீ பிறந்தபோதுதான்
பிறந்தது.

●

மகனுக்குப்
போராட்டக் குணம் அதிகம்
முதல்நாள் இரவு
வயிறு வலித்து
அடுத்தநாள் மாலை
ஆயுதம் பார்த்தல்லவோ
அவனியை
ஆந்திப் பார்த்தான்.

•

பாவம்
உன் அம்மா
உலகம் தெரியாதவள்
ஆனால்
உன்னையே
உலகமாய்க் கொண்டவள்.

●

ஊசி போடுவதென்னவோ
உனக்குத்தான்
அழுதுவிட்டுச்
சிறிது நேரத்தில்
அமைதியாகி விடுகிறாய்
குணம்பெறும் வரை
குத்திய ஊசியின் வலி
குறைவதில்லை எனக்கு.

●

தூக்கத்தில்
சிரிக்கிறான்
ஆழ்ந்து தூங்கும் மகன்!

என்னைப் பற்றி
என்ன சொல்லிச் சென்றாரோ
கனவில் வந்த
கடவுள்!

●

என்னே வியப்பு!
மருந்தால்
குணப்படுத்த முடியாத
தீராத வியாதியை
மகன் தரும் முத்தம்
குணப்படுத்தி விடுகிறது.

●

நீ பிறந்தாய்
என் தகப்பனின்
அருமையை
உணரத் தொடங்கினேன்.

●

டாடி, மம்மி எனப்
பணங்கட்டி
சொல்லச் சொல்லிக்
கொடுத்தும் கூட
வாய் நிறைய
வாசனையாய்
அம்மா அப்பா
என்கிறான் மகன்

திமிராய்த்
தரணியைப் பார்க்கிறாள்
தமிழன்னை.

•

நீ
முழங்கால் படியிட்டு
மாதாவைப் பார்த்து
வேண்டுகிறாய்

மாதாவோ
குழந்தை இயேசுவைக்
கீழே இறக்கி விட்டுவிட்டு
உன்னைத் தூக்கி வைத்துக்
கொஞ்சுகிறார்.

●

நீ
நிலா நிலா ஓடிவா
பாடல்பாடி
மகிழ்கிறாய்

நிலாவோ
என்னைக் கண்டுபிடி
என்னைக் கண்டுபிடி என்று
மேகங்களுக்குள்
ஒளிந்து விளையாடுகிறது.
●

மகனை
மாவீரனாக்க வேண்டுமென்றுதான்
பேராவல் எனக்கு

தத்தித் தத்தி
நடந்து வரும்போது
தடுக்கி விழுந்துவிடுகிறான்

நான்
ஒவ்வொருமுறையும்
விபத்துக்குள்ளாகிறேன்.
●

எவ்வளவு
தித்திப்பாய் இருக்கிறது

செல்ல மகன்
சீனி மகன்
கற்கண்டு மகன்
கருப்பட்டி மகன் என்று
கொஞ்சுகிறபோது....

•

நீ
என்
பல்கலைக்கழகம்!

லூசு
கிறுக்கன்
பைத்தியம்
என்பவையெல்லாம்
நீ
எனக்களித்த
கௌரவப் பட்டங்கள்!

●

எல்லா வகையிலும்
மகனிடம் மட்டுமே
தோற்றுப் போகச் சொல்லித்
துள்ளிக் குதிக்கிறது
மனசு.

●

மகனுக்குச்
சொல்லிக் கொடுக்க வேண்டும்
மனிதர்களைப் படிக்க....

•

மடியில் அமர்த்தி
மகனுக்குத்
திருக்குறள்
சொல்லிக் கொடுக்கிறேன்

திருவள்ளுவர்
மகனையே
வேடிக்கை பார்த்துக்கொண்டிருக்கிறார்.
•

இம்மானுவேல் என்ற
உனது பெயரை
செல்லமாக
'இம்மானு' என்றழைக்கிறேன்

நீயோ
என்னப்பா என்கிறாய்

இயேசு பெருமானோ
உன்னோடு இருக்கிறேன் என்கிறார்.

(இம்மானுவேல் என்பதற்கு 'உன்னோடு இருக்கிறேன்'
என்று பொருள்
— திருவிவிலியம்)

நீ செய்யும்
சேட்டைகளை
ஒன்றுவிடாமல்
ஒற்றிஎடுத்துக்கொண்டு செல்லும்
பேருந்துப் பயணங்களில் எல்லாம்
என்னையறியாமல்
சிரித்து விடுகிறேன்

அருகிலிருந்தவர்
அடுத்திருந்தவரிடம்
அனுதாபப்பட்டுச் சொல்கிறார்
முத்திப்போன பைத்தியமென்று!

•

எப்போதோ
பிரிந்திருப்போம்

இப்போதும் கூடப்
பிரியவிடாமல்
பிரியமாக்கிக் கொண்டிருப்பது
நீதான்.

மகன்
எப்போதோ
கீழே விழுந்து
முழங்காலில் ஏற்பட்ட சிராய்ப்பை
இப்போதும் காட்டுகிறான்

எச்சில் தொட்டு
முத்தங்களால்
குணமானதை
மீண்டும் குணமாக்குகிறேன்

மகனுக்கு
வாங்கிக் கொடுத்து
உடைந்து போன
காலில்லாத பொம்மையொன்று
கதறி அழுகிறது!

•

இப்போதெல்லாம்
பேரப் பிள்ளைகளைப்
பார்க்க முடியாமல்
பெருந்துயர் சுமப்பது
அப்பனைப் பெற்றவர்கள்தான்.

●

'அ'னா எழுது என்கிறேன்

ஏதோ
ஒரு கோட்டைக் கிழித்து
அவனுக்குரிய மொழியில்
'அ'னா சொல்லி
ஆனந்தம் கொள்கிறான்

'அ'னா இன்னும்
அழகாய்த் தெரிகிறது.
●

நீ
கஷ்டப்படத் தேவையில்லை

என்னால்
முடிந்த மட்டும்
உன் வாழ்க்கைக்குத் தேவையான
செல்வங்களைச்
சேகரித்துக் கொண்டிருக்கிறேன்
புத்தகங்களாய்…..
•

நான்
படிக்க அமரும்போதெல்லாம்
நீயும் படிக்க
அமர்ந்து கொள்கிறாய்

நீ
பாடம் படிக்க
நான் உன்னைப் படிக்கிறேன்.

•

மகன்
பேனா பிடிக்க
ஆரம்பித்துவிட்டான்

இப்போதே
முன்பதிவு
செய்து கொள்ளுங்கள்

உலக இலக்கியம்
தயாராகிக் கொண்டிருக்கிறது.
●

மகளைப் பெற்றால்
கடைசிக் காலத்தில்
கஞ்சி குடிக்கலாமென்று
யார் சொன்னது?

மகன்
ஆசையாசையாய்
ஊட்டிவிடும்
ஒன்றிரண்டு
சோற்றுப் பருக்கைகள்
என் இரைப்பையில் இருக்கும்
இறக்கும் வரை.

●

உன்னைத்
தோளில்
தூக்கி வைத்து
உலகைக் காட்டுவது
நாளைய உலகம் உன்னை
அண்ணாந்து பார்க்க வேண்டும் என்னும்
ஆவலில்தான் மகனே!

●

மகன்
கேட்காமலே
வாங்கிக் கொடுத்த
சின்ன சைக்கிளில்
என்னை அமரவைத்து
உலகை உலாவர
அடம்பிடிக்கிறான்

ஒருசேர வழிவிட்டு
ஒதுங்கி நிற்கின்றன
உலா இலக்கியங்கள்!
●

தைரியமாகப் பயணிக்கலாம்
எச்சில் தெறிக்க
மகன் ஓட்டும்
அதிவிரைவுப் பேருந்தில்..

●

அடிக்கடி
ஏதாவது ஒன்றைப் பார்த்துவிட்டு
ஏன்? எதனால்?
எதற்கு? எப்படி? என
அடுக்கடுக்காய்க்
கேள்விகள் கேட்கும் மகன்
தந்தை பெரியாராகவே
தென்படுகிறான்
எனக்கு..!

●

பொம்மைகள்
விற்பவன் வீட்டில்
பொம்மைகள் இருக்கின்றன...

குழந்தைகள்
இல்லை!
●

மகன்
விரும்பும் போதெல்லாம்
நீராருங் கடலுடுத்த பாடலை
அவன் மொழியில்
பாடி மகிழ்கிறான்

ஒவ்வொரு முறையும்
வீட்டுக்கு வந்து
வாழ்த்திவிட்டுப் போகிறாள்
தமிழன்னை.

●

நீ
ஏதாவது தவறு செய்ய
நான் உன்னை அதட்ட
ஓங்கி அடிக்கிறார் கடவுள்
என்னை.

●

எனக்கு
அப்பா என்று
பதவி உயர்வு வழங்கிய
பேரதிகாரி நீ!

•

பகலில்
விளையாடும் மகன்
இரவில்
அலறி அழும்போது
நெஞ்சோடு அப்பிக் கொள்கிறேன்

பயத்தைக் கடந்து
நிம்மதியாய்
மீண்டும்
நித்திரை செய்கிறான்

கடவுள் என்று
உணர்கிறேன் நான்.

●

மனைவிக்கு
யாரோ
நிலாவில் பாட்டி
வடை சுடுவதாய்ச் சொன்னதை
மகனுக்குச்
சோறு ஊட்டும்போது
சொல்லி விட்டாள்

மகன்
பாட்டியிடம்
வடை வாங்கித்தாப்பா என்கிறான்

ஆசைப்பட்டுக் கேட்டதை
வாங்கிக் கொடுக்க முடியாமல்
நிலாவைப் பார்க்கும்போதெல்லாம்
நிம்மதியிழந்து நிற்கிறேன்.

●

பெருநகரத்திலிருந்தாலும்
உன் ஊர்
எது எனக் கேட்டவுடன்
'காட்டு நெடுங்குளம்' என்று
கம்பீரக்குரல் எழுப்புகிறான்

பிறந்த மண்
செம்மண்தான்!
இன்று
பூரிப்பில் கொஞ்சம்
கூடுதலாய்ச்
சிவக்கத் தொடங்குகிறது!

●

முதல்நாள்
பள்ளிக்கு அனுப்பிவிட்டு
உன்னை விட
அதிகம் அழுதது
நான்தான்..!

•

பள்ளியில் சேர்ந்த
சில நாட்களில்
நன்றாய்ப் படிப்பதாய்
ஆசிரியர் சொன்னதும்
உலகை
வென்றுவிட்ட உணர்வு
எனக்கு.

●

மகன் பேசும்
மழலைத் தமிழில்
அவ்வளவு
தித்திப்பு.

எனக்கு
அவ்வப்போது
உடல்நிலை சரியில்லாமல் போகும்
ஒவ்வொரு நொடியும்
இரு பெரும் கவலைகள்
இடியை இறக்குகிறது.

பெற்றவர்களையும்
பெற்றவனையும் எண்ணி.

●

பிறந்த சில மணிகளில்
தீவிர சிகிச்சைக்காகக்
கீதாஞ்சலி மருத்துவமனையில்
யாருமே பார்க்கமுடியாத
அந்த எட்டு நாட்களும்
மகனுக்கு
மிக அருகில் இருந்தது
தாகூர் புகைப்படம்

இருவரும்
ஏதாவது பேசியிருக்கலாம்.
•

அளவுக்கதிகமாய்ச்
சேட்டை செய்கிறாய்

சில நேரங்களில்
திட்டி விடுகிறேன்

நீ அமைதியாகிறாய்
நான்
உன் அடிமையாகிறேன்.
●

எனக்கு
அது வேண்டும்
இது வேண்டுமென்று
அடம்பிடிக்க வேண்டுமென்றே
கடைக்கு
அழைத்துச் செல்கிறேன்

எனக்கு
எதுவும் வேண்டாமென
என்னைக் கட்டிக்கொள்கிறான்

விதவிதமான பொம்மைகள்
உன்னோடு வர
விடாப்பிடியாய் நிற்கின்றன.

●

கெஞ்சிக் கெஞ்சிக்
கொஞ்சுகிறேன்
மகனை.

●

உலகிலேயே
ஔவையாரை
அப்பத்தா என்றழைத்த
முதல் தமிழ்ப்பேரன்
மகன்தான்.

•

மகனுக்கு
மூக்கு ஒழுகுகின்றபோது
கைபட்டால் நோகுமென்று
வாயால் உறிஞ்சி எடுக்கிறேன்
வருத்தத்தோடு
விடைபெறுகிறது சளி.

●

அப்பாவை
எவ்வளவு பிடிக்குமென்றால்
ம்...ம்...இம்புட்டுப்
பிடிக்குமென்று
கைகளை
அகல விரிக்கிறான்

ஐம்பூதங்களும்
ஆச்சரியமாய்ப் பார்க்கின்றன.

•

புத்தகக் கண்காட்சிக்குத்
தூக்கிச் சென்றால்
புத்தகங்கள் யாவும்
மகனையே
வேடிக்கை பார்க்கின்றன.

●

மகன்
கொஞ்சம் வளர்ந்துவிட்டானாம்
பொம்மைகள் யாவும்
ஓய்வெடுக்கின்றன.

•

நேரம் கடந்து
தூங்கிக் கொண்டிருக்கிறாய்
உன் காதருகில்
காலை வணக்கம் என்கிறேன்

சூரியனோ
உனக்கு வணக்கம் சொல்ல
ஜன்னல் வழி
எட்டிப் பார்த்துக் கொண்டிருக்கிறது.

●

வாநீர் ஒழுக
கை வைத்து
அவன் மொழியில்
சொல்லிக் கொடுக்கும்
எழுத்துக்களை
கவனமுடன் சொல்லாவிட்டால்
கோபப்படும் மகனிடம்
கைகட்டி
வாய்பொத்தி நிற்கிறேன்
மக்கு மாணவனாய்.

●

செல்பேசியில்
பொம்மைப் படங்களைப்
பார்த்துப் பார்த்தே
பொழுதைக் கழிக்கிறாய்

வா!
அப்பா விளையாடிய
கிராமத்து விளையாட்டுகளைச்
சொல்லித் தருகிறேன்

ஆடம்பரமிருக்காதுதான்
ஆனால்
ஆரோக்கியமிருக்கும்.

●

இருவரும்
ஒளிந்து விளையாடுகிறோம்
அவரவர் இருக்குமிடத்தைத்
தெரிந்து கொண்டே!

•

அலுவல் முடித்து
அலுப்பாய் வரும் எனக்கு
சிந்திக் கொண்டே
மகன் தரும் தண்ணீர்
தீர்த்தமாகிறது.

●

மகனை
அழைத்துக் கொண்டு
ரயில் பார்க்கச் சென்றால்
ரயில் மகனைப் பார்க்க
விரைந்து வருகிறது
ஏறவில்லை என்ற ஏக்கம்
அழுதுகொண்டே செல்கிறது.

•

எங்களுக்குள்
ஏற்படும் சண்டையில்
அமைதிகாக்கும் மகன்
ஒவ்வொரு முறையும்
கற்றுக் கொடுக்கிறான்
விட்டுக் கொடுத்தலை.

●

தாயாகும் தருணங்கள்...
மகனைத்
தாலாட்டி
உறங்க வைக்கும்போது..!
●

சொந்த வீடு
கட்ட வேண்டும்
சுவரில்
மகன் தீட்டும்
கிறுக்கல்களை
ஆய்வு செய்யப்
பின்னாளில்
வரலாற்றறிஞர்கள்
வரக் கூடும்.

நீ விழுந்தால்
எனக்கு வலிக்குமென்று தெரிந்து
வலியைத் தாங்கிக் கொள்கிறாய்
விழக் காரணமானவை யாவும்
சத்தமின்றி அழுகின்றன.

●

மகனுக்குப்
பல் விழுந்த நிலையில்
அவன் சிரிக்கிறபோது
நிலவொளியில்
சிறிது வெளிச்சம் குறைவு.

●

என் பெயரைச் சொல்லி
மகன் செல்லமாய்
அழைக்கிறபோது
கடவுள் அழைப்பதாய்க்
கர்வம் எனக்கு.

●

நான் சாப்பிட்டால்தான்
சாப்பிடுவேனென்று
மகன் அடம்பிடிப்பதற்கு
அப்பா
அருகிலிருக்கிறார் என்று பொருள்.

•

காலை நீட்டியபடி
புத்தகத்தைத்
தலைகிழாய் வைத்துப் படிக்கிறான்
அருகிலிருக்கும் புத்தகங்கள்
காற்றில்
அதிர்ந்து சிரிக்கின்றன.

●

கோபத்திற்கு
அப்படியொரு கோபம்
நாங்களிருவரும்
மகிழ்ச்சியாய் இருப்பதைப் பார்த்து!

●

பள்ளிக்கூடம் விட்டுச்
சோர்வாய்
வீடு வந்தாலும்
வீட்டுப் பாடங்களோடு
விளையாடி மகிழ்வது
மகன் மட்டுந்தான்.

●

தலை சீவி
மீசை ஒதுக்கி
பொட்டு வைத்து
விருப்பம் போல
விளையாடி மகிழ
மகனுக்குப் பிடித்த பொம்மை
நான்தான்.

●

உனக்காகவே
எழுதப்பெற்ற
எனது கவிதைகள்
நாளை
உன் பிள்ளைகளுக்குப்
பெருமை சேர்க்கலாம்.

நான் எழுதும்
கவிதைகளில்
ஆகச் சிறந்த கவிதை
நீ
மட்டும்தான்!

அன்பு
பணிவு
பொறுமை
அமைதி
கோபம்
மொத்தத்தில்
மகனுக்கு
அப்பா என்றும் பெயர்.
•